அவரவர் கைமணல்

# அவரவர் கைமணல்

## ஆனந்த் – தேவதச்சன்

### ஆனந்த்   (பி. 1951)

கவிஞர், நாவலாசிரியர், மொழிபெயர்ப்பாளர். மனநல ஆலோசகராகவும் மனிதவள மேம்பாட்டுப் பயிற்சியாளராகவும் செயல்பட்டு வருகிறார்.

ராபர்ட்டோ கலாஸ்ஸோவின் 'க', 'மிஸ்டர் ஜூல்ஸுடன் ஒரு நாள்', யோஸே ஸரமாகோவின் 'அறியப்படாத தீவின் கதை' ஆகிய நூல்களையும் மொழிபெயர்த்திருக்கிறார்.

மின்னஞ்சல்:   anandh51ad@gmail.com


### தேவதச்சன்   (பி. 1952)

தேவதச்சனின் இயற்பெயர் ஏ.எஸ். ஆறுமுகம். தூத்துக்குடி மாவட்டம் கோவில்பட்டியில், பாரம்பரியம் மிக்க வணிகக் குடும்பத்தில் பிறந்த இவர், நகைக்கடை நடத்தி வருகிறார். தத்துவத்தில் முதுகலைப்பட்டம் பெற்றவர். எழுபதுகளின் ஆரம்பத்தில் *கசடதபற, ழ* இதழ்களில் இவரது கவிதைகள் வெளியாகத் தொடங்கின.

சமீபகாலமாக அதிக எண்ணிக்கையில் கவிதை எழுதிவரும் தேவதச்சன், தமிழ் நவீனக் கவிதையின் சிந்தனாவாதப்போக்கில் முதன்மையான பங்குவகிக்கிறவர்களில் ஒருவர்.

1981இல் அச்சாக்கம் பெற்ற முதல் பதிப்பின் முகப்பு

ஆனந்த் – தேவதச்சன்

# அவரவர் கைமணல்

காலச்சுவடு பதிப்பகம்

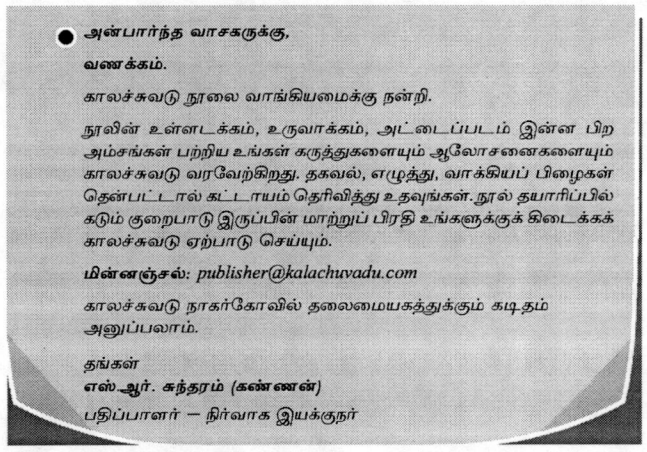

● அன்பார்ந்த வாசகருக்கு,

வணக்கம்.

காலச்சுவடு நூலை வாங்கியமைக்கு நன்றி.

நூலின் உள்ளடக்கம், உருவாக்கம், அட்டைப்படம் இன்ன பிற அம்சங்கள் பற்றிய உங்கள் கருத்துகளையும் ஆலோசனைகளையும் காலச்சுவடு வரவேற்கிறது. தகவல், எழுத்து, வாக்கியப் பிழைகள் தென்பட்டால் கட்டாயம் தெரிவித்து உதவுங்கள். நூல் தயாரிப்பில் கடும் குறைபாடு இருப்பின் மாற்றுப் பிரதி உங்களுக்குக் கிடைக்கக் காலச்சுவடு ஏற்பாடு செய்யும்.

மின்னஞ்சல்: *publisher@kalachuvadu.com*

காலச்சுவடு நாகர்கோவில் தலைமையகத்துக்கும் கடிதம் அனுப்பலாம்.

தங்கள்
எஸ்.ஆர். சுந்தரம் (கண்ணன்)
பதிப்பாளர் — நிர்வாக இயக்குநர்

**அவரவர் கைமணல்** • கவிதைகள் • ஆசிரியர்கள்: ஆனந்த் – தேவதச்சன் • © கி. ஆனந்த் – ஏ.எஸ். ஆறுமுகம் • முதல் பதிப்பு: ஜனவரி 1981 • காலச்சுவடு முதல் பதிப்பு: டிசம்பர் 2013, ஆறாம் (குறும்) பதிப்பு: டிசம்பர் 2022 • வெளியீடு: காலச்சுவடு பப்ளிகேஷன்ஸ் (பி) லிட்., 669, கே. பி. சாலை, நாகர்கோவில் 629001 • கோட்டோவியங்கள்: கே.எம். ஆதிமூலம்.

**avaravar kaimaNal** • Poems • Authors: Anandh – Devathachan • © K. Anandh – A.S. Arumugam • Language: Tamil • First Edition: January 1981 • Kalachuvadu First Edition: December 2013, Sixth (Short) Edition: December 2022 • Size: Demy 1 x 8 • Paper: 18.6 kg maplitho • Pages: 64

Published by Kalachuvadu Publications Pvt. Ltd., 669, K.P. Road, Nagercoil 629001, India • Phone: 91-4652-278525 • e-mail: publications@kalachuvadu.com • Line Drawings: K.M. Adimoolam • Printed at Adyar Students xerox Pvt. Ltd., No. 275 Habibullah Road, Triplicane high Road, Opp Triplicane Post Office, Triplicane, Chennai 600005

ISBN: 978-93-82033-07-3

12/2022/S.No. 542, kcp 4105, 18.6 (6) uss

# பொருளடக்கம்

| | |
|---|---:|
| *முன்னுரை:* ஒரு பொற்காசும் இரண்டு பக்கங்களும் | 11 |

**தேவதச்சன்**

| | |
|---|---:|
| அடுத்த கட்டத்தில் | 21 |
| எங்கே என்று | 22 |
| என்வீட்டுப் பரண்பொருள் | 22 |
| ஆனால், மலை மடு | 23 |
| இந்த இரவு | 24 |
| வரம் | 25 |
| பொருள் | 25 |
| அவரவர் கைமணலை | 26 |
| இன்றுவரை | 27 |
| வேலை | 27 |
| நம் கதை | 28 |
| என் பிறப்புறுப்பு | 29 |

| | |
|---|---|
| சுதந்திர யாத்திரை | 30 |
| இன்னும் ஒரு மணி நேரமிருக்கிறது | 31 |
| ஜெயம் | 32 |
| காலில் இடறியது | 33 |
| ஜன்னலெங்கே | 34 |
| பூச்சி ரசிகன் | 35 |
| மரவுரி என்றும் | 36 |
| கதவு | 37 |
| பகலிலிருந்து | 38 |
| உன் நிலையத்தில் | 39 |

**ஆனந்த்**

| | |
|---|---|
| இது என்றுமுள்ள யுத்தத்தின் | 43 |
| அவ்வப்போது என் மலர்க்கண்கள் | 44 |
| நான் முதல் அம்பு | 44 |
| சொட்டு சொட்டென்று | 45 |
| இருந்த இடத்தில் | 45 |
| மரமாய் இருப்பதைவிட | 46 |
| அலை நீரிலா | 46 |
| வனங்களெங்கும் திரிந்தாயிற்று | 47 |

| | |
|---|---|
| இல்லாத கோடு | 48 |
| அதோ அந்தச் சிறுபறவை | 49 |
| என் ஞாபகங்கள் | 50 |
| உலகை நிரப்பி | 50 |
| பறந்து செல்லும் பறவையை | 51 |
| நாளை வருமென | 52 |
| உனக்கும் எனக்கும் இடையில் | 53 |
| பகலில் பிறந்தது | 54 |
| எனக்கு விதிக்கப்பட்டிருந்த நாள் | 58 |
| சற்றைக்கு முன் | 63 |

முன்னுரை

# ஒரு பொற்காசும் இரண்டு பக்கங்களும்

நான் சிறுவனாய் இருந்தபோது, அப்பா ஒரு விளையாட்டுக் காட்டுவார். வீட்டில் மின்சார வசதி வந்திருக்கவில்லை. தினசரி முன்னிரவில் அரிக்கேன் விளக்கின் முன்னிலையில் விளையாட்டு நடக்கும். அப்பாவின் இரண்டு கை விரல்களும் நிகழ்த்தும் முடிவற்ற மாயத்தில், சுவரில் படிந்த கருநிற மான்களும் கிளிகளும் குடைகளும் நாய்களும் இல்லாத ஜாலமெல்லாம் செய்யும். நிஜம்போலவே இருக்கும்.

நிழலைப் பார்க்கும் பழக்கம் என்னைத் தொற்றியது அப்படித்தான். பகலில் வெளியில் நடக்கும்போதுகூடத் தரையில் படியும் நிழலைப் பார்த்தபடி நடப்பவனானேன். நிழல்களின் உலகம் தனித்துவம் வாய்ந்தது – ஆனால் தன்னிச்சையானது அல்ல. ஓசைகள் அற்றது – ஆனால் உயிரோட்டமுள்ளது. பகலில் விழும் நிழல்களை விடவும், இருளின் முன்னிலையில் விழும் நிழல்கள் இன்னும் அடர்த்தியானவை; வெளிச்சத்தைப் பரிகசிப்பவை. மேற்சொன்ன வாக்கியங்கள்தாம் இப்போதையவை – பார்வை அந்த நாளிலேயே அனுபவமானது.

அம்மாவானால், ஓயாமல் திட்டுவாள். ‘நிழலைப் பாக்காதே. ஒடம்பு எளைச்சுடும்’ என்று. பின்னர் ஏதோ ஒரு சந்தர்ப்பத்தில், குழந்தைமையின் பீடிப்புகள் ஒவ்வொன்றாகக் கழன்று விழத் தொடங்கிய மாத்திரத்தில், இந்தப் பழக்கமும் உதிர்ந்து காணாமல் போயிருக்க வேண்டும்.

இந்த முன்னுரையை முன்னிட்டு, ‘அவரவர் கைமணல்’ தொகுதியில் உள்ள தேவதச்சனின் கவிதைகளை மறுபடியும் வாசித்தபோது மேற்படி விளையாட்டு

நினைவுக்கு வந்தது. பரிணாமத்தின் பாதையில், வாலிபப் பிராயத்தை எட்டிய பிறகும் மனிதப் பொதுவுளம் நிழலைப் பார்க்கும் பழக்கத்திலிருந்து விடுபடவில்லை; விரல்களைப் பார்க்கும் ஆர்வம் கொண்டதாகவும் தெரியவில்லை.

தேவதச்சனின் கவிதைகள் நிழலை விலக்கி விரலைக் காட்டும் பணியைச் செய்கின்றன. அவர் முன்னிறுத்தும் உலகம் கண்ணுக்குத் தெரியாத துருத்தி போல் சுருங்கிச் சுருங்கி விரிகிறது. கால அனுபவம் நிலையாக இருப்பதில்லை — அண்மையும் சேய்மையும் மாறிமாறித் தென்படுவதில் வாசக மனம் சுலபமாக இடமாற்றம் கொள்ள நேர்கிறது.

மேற்சொன்ன உதாரணத்துக்கு நேர்எதிரான மற்றொன்று, பிரபலமான ஜென் கூற்று. 'விரல் நிலவைக் காட்டும்போது விரலையே பார்த்துக்கொண்டிருந்தால் நிலவு தெரியுமா?' ஆனந்தின் கவிதைகள் நிலவைக் காட்ட முயல்பவை. எழுதப்பட்ட கவிதை வரிகள் விரல் மட்டுமே. சுட்டுவதற்காக மாத்திரமே பயன்படும் வரிகள்.

உடனடி வாழ்க்கை, உடனடி அனுபவம் இவற்றிலிருந்து வாசக மனத்தை விலக்கி, நடைமுறை உலகிலிருந்து விடுபட்ட 'அப்பால்அனுபவ'த்தை வழங்க முயல்பவை ஆனந்தின் கவிதைகள். நெருங்கி நின்று பார்க்கும்போது ஆன்மிக உள்ளடக்கம் கொண்டவையாகத் தென்படுபவை.

உலகை நிரப்பி
வழிந்து
வா
மரங்களில் மலர்களாய் மலர
மலையிலிருந்து அருவியாய் உதிர.

என்று கோரப்படும் முன்னிலை, மானுட சொரூபம்தானா, வேற்றுலகின் பிரஜையா, சகல உலகங்களையும் படைத்தாளும் வியக்தியேதானா என்ற கேள்வி எழுகிறது.

ஒரே காலகட்டத்தில் எழுத வந்தவர்கள் என்பதைத் தாண்டி இவ்விரு கவிஞர்களும் ஒரே தொகுப்பில் இருப்பதற்கான காரணங்கள் அநேகம்.

1. இருவருமே நடப்புலகத்தை அனுபவம் கொள்ளத் தற்சமயம் கைவசம் இருக்கும் கருதுகோள்கள் போதா என்று சுட்டுபவர்கள். தத்தமது பார்வைகளை முன்வைக்கப் பிரத்தியேகமான தர்க்கத்தைக் கட்டமைப்பவர்கள்.

2. பௌதிக உலகத்தை, அதன் வரையறைகளை, புலன்களின் மூலம் அறியும் முறையை முழுமுற்றான அனுபவம் என்று கொள்வதற்கில்லை என்று நினைவூட்டுகிறவர்கள்.

3. இந்தப் பார்வையை முன்னிறுத்தும்போதும் புகாரற்ற விமர்சன மொழியைக் கையாளுபவர்கள்.

நான் அந்நியமாகவில்லை
அம்மா எனக்குக் காபி தராவிடினும்

என்னும் தேவதச்சனின் வரியில் புகார் சொல்ல மறுக்கும் குரல் வெளிப்படையாகக் கேட்கிறது.

உனக்கும் எனக்கும்
கணக்கில்தான் வேறுபாடு

என்று ஆரம்பிக்கும் கவிதையும் குரோதமற்ற குரலில் பேசுவதுதான். கணக்கின் பின்புலத்தில் அளப்பரிய வித்தியாசங்களைப் பின்னர் அடுக்கினாலும், 'அவை கணக்கின் வேறுபாடுகள் மட்டுமே' என்ற பல்லவி நிரந்தரமாய் இருக்கிறது – 'மற்றபடி, நீயும் நானும் வேறில்லை' என்று சுட்டியபடி.

4. காலம் என்ற இயக்கம் பற்றித் தமக்கேயுரிய மொழியில் பேச முயல்பவர்கள். தேவதச்சனின் கவிதையில்,

மரவுரி என்றும்
டெரிகாட் என்றும்

என்று அடுத்தடுத்த இரண்டு வரிகளில் நூற்றாண்டுகளும் அதைத் தாண்டி விரைந்து வந்திருக்கும் மனிதப் பிரக்ஞையும் என நீண்டிருக்கும் கடந்த காலம் சடுதியாய் நிர்மாணமாகிறது; மறுபுறம் ஆனந்தின் வரிகளில்,

அந்த மரத்தின்
கிளையில் தொங்கும் பழத்தின் விதையில்
இருந்து விரியப் போகும் மரத்தின்
கிளையில் ஒருநாள் அம்மலர் மலரும்.

என, என்றோ மலரவிருக்கும் பூ, இந்தக் கணமே காட்சியாகிறது. மேற்சொன்ன வரிகளில் நிகழும் விசாரணை,

எங்கிருந்து வருகுதிந்த இன்றுகள்

என்ற வியப்பிலும்,

சொட்டுச் சொட்டாய்க் கொட்டி என் குடம் நிறைவது எப்போது

என்ற அங்கலாய்ப்பிலும் எனத் தொடர்ந்து நீள்கிறது. ஒரே கவலையை இரண்டு விதமாக வெளிப்படுத்தும் கவிஞர்கள்.

5. பொதுவாக, தமிழில் தத்துவ விசாரம் ததும்ப எழுதப்பட்ட கவிதைகள் ஒருவித அத்வைதப் பீடிப்பை, அதன் விளைவாக நம்பிக்கை வறட்சியைக் கொண்டிருக்கும். நடைமுறை வாழ்வை வெற்று மயக்கம் என்று நிறுவ முயலும். மாறாக, ஆழ்ந்த தத்துவப் புரிதலை உத்தேசிக்கும் இவர்களின் கவிதைகளில் ஜென் மனோநிலையும் அதன் அழகியல் பின்புலமும் நிலவுகின்றன. நடைமுறை வாழ்வை மறுக்காமலே அதன் சாராம்சம் குறித்த விசாரணை ஈரம் ததும்ப நிகழ்கிறது.

6. தமிழ்க் கவிதை நவீன மொழியமைப்புக்கு நகர முற்பட்ட காலத்தில் எழுத வந்தவர்கள். அதன் நகர்வுக்குத் தங்கள் நோக்கில் பங்களித்தவர்கள். இருவருக்கும் மொழியின்மீது உள்ள பிடிமானமும், கவிதைக்கான மொழியின் கச்சிதம் குறித்து இருக்கும் பார்வையும், உபரியாக ஒரு சொல்லும் கையிலெடுக்காத பிடிவாதமும் சிறப்பாகக் குறிப்பிடத்தக்கவை.

நான் தின்ன முடியாத எச்சிற் பூமி...

என்று தேவதச்சன் வரியில் காட்சியாகும் ஏதோ ஒன்று, கவிதைசொல்லியின் வீட்டுப் பரணில் வெகு அருகில், ஆனால் தின்ன முடியாத் தொலைவில் கிடப்பது மாத்திர மல்ல – முன்னர் யாரோ தின்ன முடிந்த, எச்சில் உலராத ஒன்று என்பதையும் அதே வரி உணர்த்துகிறது. ஆனந்திடம் செயல்படும் சிக்கனமும் நேர்த்தியும் இதே விதமானவைதாம்.

என் சட்டையை நீ எடுத்துக்கொள்ளலாம்
நீ என் செருப்பை எடுத்துக்கொள்.

என்ற இருவரிகளில் 'நீ' என்ற ஓர் அட்சரம் இடமாற்றம் கொண்ட மாத்திரத்தில் பயனாளிகள் இருவரும் வெவ்வேறு ஆட்கள் என்பது தெளிவுபடுத்தப்பட்டு விடுகிறது!

7. நிகழ்கணத்தின் அசல் தன்மையைப் பரிசோதிக்கும் விதமான கேள்விகளை எழுப்புகிறவர்கள் இருவரும். இப்போது நடப்பதை எப்போதோ நடந்ததாகவும், தமக்கு நடப்பதை யாருக்கோ நடப்பது போலவும் காலத்திலும் வெளியிலும் அனுபவத் தொலைவைக் கட்டமைக்கிறவர்கள். அதன் காரணமாகக் கால வரையறையற்ற அனுபவ நெருக்கத்தை வாசகரிடம் உருவாக்குகிறவர்கள்.

8. மெய்ம்மையின் அலகுகளைப் புலன்களால் உணர வற்புறுத்துபவை தேவதச்சனின் கவிதைகள்; புலன் அனுபவத்தை முடிவற்ற மெய்ம்மையின் துளிகளாக ஆக்கிக்காட்ட முயல்பவை ஆனந்தின் கவிதைகள்.

9. இன்னொருவிதமாகச் சொன்னால் நனவிலியின் கனவுகளை உணர்வுநிலையின் வழியாகக் காட்ட முயல்பவர் ஒருவர். மற்றவர், உணர்வுநிலையின் ததும்பல்களை, நனவிலியின் குழந்தைகளாகக் காட்ட முயல்பவர். முன்பே சொன்னபடி அதற்குத் தங்களது தனித்துவமான தர்க்கத்தைப் பயன்படுத்து கிறார்கள்.

சோற்றால் பசியை
ஜெயிக்கணும் என்றால்
பசியால் சோற்றை
ஜெயிக்கணும்தான்

என்று நடைமுறை உணர்விலிருந்து தனது தர்க்கத்தைப் பெயர்த்தெடுக்கிறார் தேவதச்சன். ஆனந்த்,

காணாதது
கண்டு
கண்டதாகிறது

என்று மானசீகத்தின் அருவத்திலிருந்து உருவாக்கிக்கொள்கிறார். காலத்தின் முப்பட்டை அமைப்பும் அதன் செயல்பாட்டு முறையும் வெளிப்படுவதற்கு மூன்றே சொற்கள் போதுமானதாய் இருக்கின்றன!

**க**டைசியாகச் சொன்ன பொதுவிதிகள் இரண்டும், இருவருக்கும் உள்ள வேறுபாடுகள் துவங்கும் இடமாகவும் இருக்கின்றன. குறிப்பான, மையமான வேறுபாடு, நடைமுறை உலகம் குறித்து இருவருக்கும் உள்ள தனித்தனிப் பார்வைகள்.

தேவதச்சனின் கவிதைகள் நடைமுறை உலகத்தின்மீது அடங்காத காதல் கொண்டவை. இன்னும் இன்னும் என்று வேர்விட முனைபவை. காபியும் பிறப்புறுப்பும் நாடக மேடையும் ரேஷன் கடையும் ரயில் நிலையமும் என்று நடப்புலகத்தின் அலகுகள் ஏதொன்றுக்கும் தயங்காமல் இடம் தருபவை. புலன் உலகம் ஒற்றைத் தன்மையதானதல்ல; ஒன்றின்மீது ஒன்றாகப் படிந்த பல்வேறு இழைகளாலானது என்று நிறுவத் துடிப்பவை.

தன் நிலையத்துக்கு வந்துபோனதை
வண்ணாத்திப்பூச்சியிடம் கேள்
வைரஸிடமும் கேட்டுப்பார்

என்ற வரிகளில் வைரஸ் என்னும் அரூப அனுபவமும் பூச்சி என்னும் பௌதிக அனுபவமும் பேதமற்று முயங்குவதைக் காணலாம். மாறாக, ஆனந்தின் கவிதைகள் நடைமுறை உலகத்தை விட்டு நீங்கத் துடிப்பவை.

அதோ
அந்தச் சிறுபறவை
அழைத்து வரும் மேகம்

என்று தொடங்கும் கவிதையில் நடப்புலகத்தின் அலகுகளை ஒவ்வொன்றாகக் களைந்து விடுபடத் துடிக்கும் ஆவல் நேரடியாக விரிகிறது.

மேற்சொன்ன வேறுபாட்டை இன்னும் நேரடியாக உரைக்கும் இரு உதாரணங்கள்:

எங்கே என்று தேடுகிறாயா
இதோ உன்
காலடிப் பேரோடையில் மிதக்கிறேன்
பிடித்துக்கொள்

என்கிறது தேவதச்சனின் கவிதை. அதிகப் பிரயாசை வேண்டியதில்லை, இங்கேயே தான் இருக்கிறேன் என்று உறுதியளிக்கும் இந்தக் கவிதைக்கு மறு கரையாக,

இருக்கும் இடத்திலேயே இரு
நான் வருவேன்
உன் காலடி நீரெல்லாம் வழிந்த பின்னே.

என்கிறது ஆனந்தின் கவிதை. 'இங்கே – இப்போது' என நிலைப்பட்டிருக்கும் நடைமுறை அனுபவம் நீங்கினாலொழிய தன்னை நெருங்கவியலாது என அறிவிக்கிறது.

பிரபஞ்சத்தின் எந்தப் புள்ளியிலும் நிலைபெற்றிருக்கக்கூடிய ஏதோ ஒரு உயிரியிடம்/ ஜடப் பொருளிடம் இது கூறப்படுகிறது என்று கொண்டால், கவிதைசொல்லி தற்போது இருக்கும் இடமென்ன, வேளையென்ன என்ற கேள்வியை எழுப்புகிறது.

**க**விதையியல் அடிப்படையிலும் இருவருக்குமிடையே உள்ள நேரடியான வேறுபாடுகள் கவனத்துக்குரியவை.

யாத்திரையின் பகுதியாக தேவதச்சன் சுட்டும் ரேஷன் கடை, ரேஷன் கடையே தான். ஆனந்த் காட்சிப்படுத்துகிற 'மலையுச்சியில் கிடக்கும் முதல் அம்பு' குறியீட்டுப் பொருள். கவிதையின் தோற்றம் தொடர்பாக இருவருக்கும் உள்ள அடிப்படை வேறுபாடு இது. ஆனந்தின் கவிதைப் பரப்பு முழுவதும் உருவக மொழியும் குறியீடு களும் நிரம்பியிருக்கின்றன. 'எரிந்து செல்லும் இல்லாத கோடு' எனும் நிகழ்வை ஒரு கருத்தாக உணர்வது மட்டுமே சாத்தியம்.

தேவதச்சன் எடுத்துவைக்கும் புலனுலகம், கவிதைக்கு வெளியில் இருக்கும் விதமாகவே கவிதைக்குள்ளும் இருக்கிறது – முன்னர் குறிப்பிட்ட மேலதிக இழை களுடன். தேவதச்சனின் உருவகங்கள் படிமங்களாக மாற்றம் கொள்வதும், ஆனந்துடையவை பலவும் உருவகங்களாகவே மீந்து விடுவதும் கவிதையியல் வேறுபாடுகள் மட்டுமே அல்ல – இருவருடைய பார்வைக் கோணங்கள் வித்தியாசப் படும் எல்லைகளும்தாம்.

**ஆ**க, அவரவர் கைமணலை ஒரே புத்தகத்தில் சலிக்கும் இருவரில், எங்கோ செல்ல முயல்பவர் ஒருவர்; மற்றவர், இங்கேயே தங்க விரும்புகிறவர்.

சென்னை
*08.08.2013*

**யுவன் சந்திரசேகர்**

தேவதச்சன் (1980களில்)

# தேவதச்சன்*

1970களில் எழுதத் தொடங்கிய கவிஞர்களில் தேவதச்சன் ஒருவர்.

தேவதச்சனின் முதல்கவிதையே முரண்பாட்டுலகின் அவஸ்தைகளைக் கூறுவதாக இருந்தது. அதற்குப் பிந்திய கவிதைகளிலும் இது தொடர்ந்து காணப்பட்டு வருகிறது. அமைப்பு விஷயங்களில் தேவதச்சன் கவிதைகள் ஊக்கம் காட்டுவன.

வெளியே காட்டிக்கொள்ளாத மெல்லிய சோகச் சிரிப்பொன்று இவர் கவிதைகளில் அங்கங்கே காணப்படுகிறது. ‘என் வீட்டுப் பரண்பொருள்’, ‘இந்தச் சிட்டுக் குருவியும் நானும் சுமந்து செல்கிறோம்; நான் போரை, அது அமைதியை’, ‘அவரவர் கைமணல்’ போன்ற வரிகளில் இந்தப் பண்பு பளிச்சிடுவதைக் காணலாம்.

சில சமயம் தேவதச்சன் கவிதைகளில் சூடு அதிகரித்துவிடும். லௌகீக உலகத்தை, அதன் ரேஷன் க்யூவை அதன் அமிலத்தை அதன் வைரஸ்களை ஏற்றுக்கொள்ளும் தேவதச்சன் கவிதைகள் சூடேறியபோது வேற்று யதார்த்தக் காட்சிகளைக் காணத் தொடங்கிவிடும்.

சிக்கனமாகவும் தெளிவாகவும் கூர்மையாகவும் அமைபவை அவருடைய கவிதைகள்:

பாதைவிட்டுப் பக்கத்தில் போனால்
பசேல் என்றிருந்தாலும்
முள்தான்
முற்போக்கல்ல.

---

* முதல் பதிப்பில் வெளியான குறிப்பு

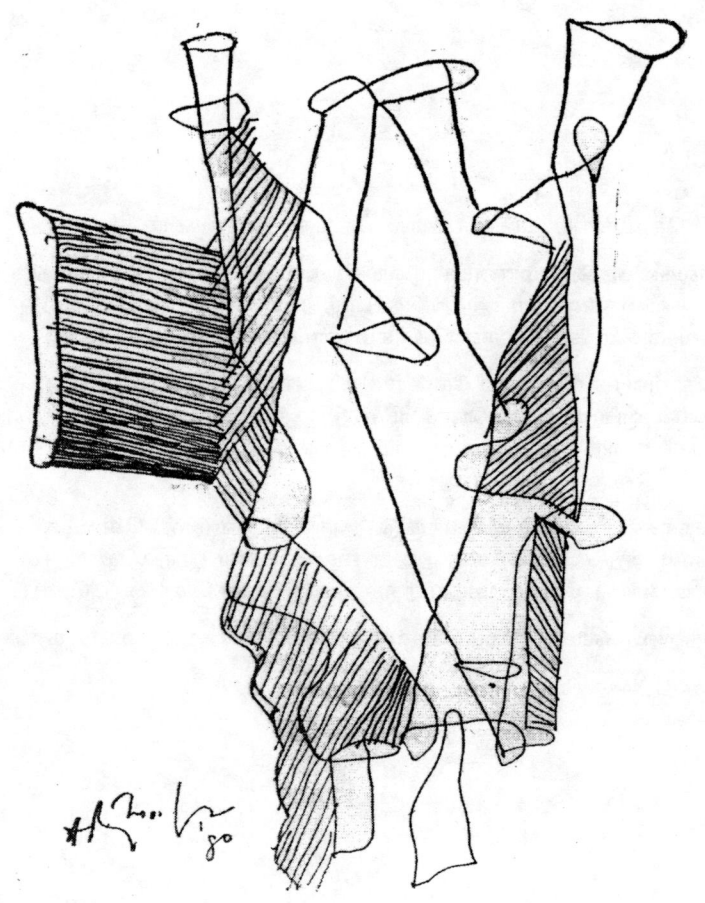

## அடுத்த கட்டத்தில்

அடுத்த கட்டத்தில் கால் வைத்துக்கொண்டது
மனிதகுலம். இது வெளிப்படை.
சமூகவியலார் மனிதப்பயணம்பற்றி நிறைய சொல்லியாயிற்று.
கூடவே எந்திரமெனும் துணையும் கூட்டாயிற்று
இந்தச் சிட்டுக் குருவியும் நானும் சுமந்து செல்கிறோம்
நான் போரை, அது அமைதியை
விடுதலை தூரப்பொருளல்ல என்றே காட்சி தருகின்றன
காலைக்குரல்கள், மரங்கள், சத்தமற்று சேருமுன் சிறுநீர்
குதிரையாய் இருந்தபடி குதிரை ஏறும் தப்புக்கு முன்னால்
வயிற்றின் அமிலத்தில் வதங்குகிறது குதிரை
எல்லாம் கண்டதால் அமைதியும், எதுவும்
காணாததால் முயற்சியும் கொண்டு இங்கொரு மனம்
தேடியபடி இருக்கிறது இயல்வதை

## எங்கே என்று

எங்கே என்று தேடுகிறாயா
உன்காலிடைப் பேரோடையில்
மிதக்கிறேன்
பிடித்துக்கொள்

## என்வீட்டுப் பரண்பொருள்

இரும்புப் பெட்டியில் அல்ல
குப்பைத்தொட்டியில் அல்ல
பரணில் கிடக்கிறது
நான்
தின்ன முடியாத
எச்சிற்பூமி

ஆனந்த் – தேவதச்சன்

## ஆனால், மலை மடு

ஆனால்
மலைமேடு என்றிரண்
டில்லை காலம் அகாலம்

இரண்டில் சரிவில் என்வீடு
காலை நிலநடுக்கத்தில் வீடுடைந்து –

வெளியில் தோன்றினேன்

பிறகு

சரிவு தேடிக் காணாமல்
சரி என்று சொல்லிக் கொண்டேன்

என் தலையும் காணோம்
கழுத்துமேல் பூமிசுழல
தாங்கவியலா பெருஞ்சலனம்
பெருக்கெடுத்தோட சரித்திரத்தின்
சிற்றோடை சிவப்பில் தெரிந்தது

முதுகிலிருந்து கிளைத்
தெழுந்து கெக்கலிச் சிரிப்பு
குடைபிடித்தது நான்
சோகமற்று
சுரண்டல் பூதங்களைத் தீண்டினேன்

எந்தக் கூர் முனைக்கும்
புண் கொள்ளாத தோல்
அவைக்கு.

## இந்த இரவு

இரவெங்கும் இடிக்கூட்டம் நிற்கின்றன.
மின்னல் பெருங்குளம் அடுத்தடுத்துக் கிடந்தது

எந்தச் சாவுக்கோ விரும்பாத மனங்கள்
போட்டுவைத்த ஒற்றையடிப் பாதையை
நீர்வீச்சு எடுத்தெடுத்து விழுங்கிற்று

காற்றில் கிளையேறி திகுதிகுவென
பரவின எரியும் பிரச்னைகள்

நாடி ஒடுங்கிற்று வார்த்தை பூதம்
காலத்தின் சிலைகள் வீழ்ந்து
ஓடி வரலாயிற்று கல்

அசாந்தியின் கூத்தை
சாந்தி பார்த்துக் கொண்டிருக்கிறது.

ஆனந்த் – தேவதச்சன்

## வரம்

நீ விரும்புவதுன்
உடல் முழுதும்
ஆகுக.


## பொருள்

பொருள் பகுப்புவடிவம் சதிக்குள் விழிக்கிறது
சதிக்கும்பல் அஞ்ஞானத்தில் கிளைக்கிறது
தோல்தடித்த பூதம் கொக்கரித்து மிகுகிறது. இவ்வளவில்
தோன்றும் உடல் உயிராகிறது
உயிர் மாபெரும் உடலாய் விரிகிறது.
சுதந்திரம் தன்னில் குதூகலிக்கிறது
திசையெங்கும் பாய்கிறது
உன்பூதம் வெளியோட
திறந்துவை உன்னை

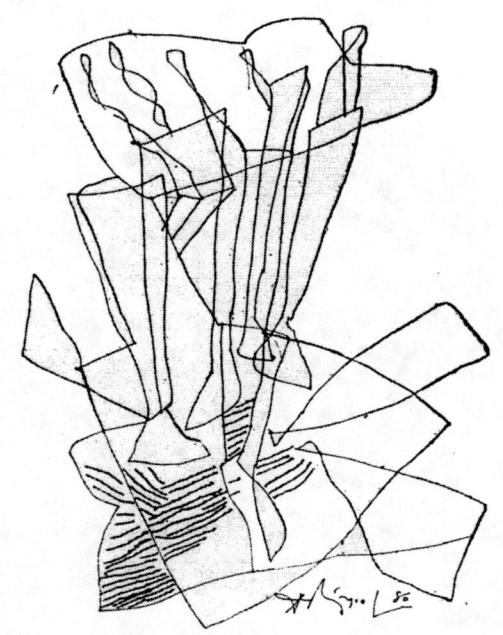

## அவரவர் கைமணலை

அவரவர் கைமணலைத் துழாவிக்
கொண்டிருந்தோம்
எவரெவர் கைமணலோ இவை என்றேன்
ஆம் எவரெவர் கைமணலோ இவை என்றான்
பிறகு
மணலறக் கைகழுவி விட்டு
எங்கோ சென்றோம்

ஆனந்த் – தேவதச்சன்

## இன்றுவரை

ஆறு குளங்களைப் பழமைவாதிகள் என்னும்
கிணறு ஆற்றைக் கூச்சலில் முடிவோரெனப் பேசும்
கடல் குட்டையைக் குழப்பவாதி என்னும்
குளம் கண்மாயை சந்தர்ப்பவாதி எனக் கூறும்
கடல் கிணற்றை அகநோய் பீடித்ததாய்ச் சொல்லும்
கண்மாய் கிணற்றின் சுயமின்மையைப் பேசும்
மேகத்தோடு நடக்கும் சில பறவைகள்
ஏதாவது ஒரு நீருக்கு வரும், இன்றுவரை


## வேலை

என்
நட்சத்திரங்களை வானில் வைத்தேன்
என்
ஜலத்தை ஆற்றில் விட்டேன்
என் மனனியை சரித்திரத்தில் நிறுத்தினேன்
இனி
தன் இலைகளைத் தாம் வியக்கும் மரநிழலில்
ஊஞ்சலாடுவேன் என்
வேலைதான் முடிந்ததே

## நம் கதை

முட்டையிலிருந்து வெளிவருவது யாராம்
எப்போதுமே
முட்டையிட்டவர்

முட்டையிடுவது யாராம்
எப்போதுமே
முட்டையிலிருந்தவர்

முட்டையைப் பிளப்பது யாராம்
எப்போதுமே
முட்டையிலிருப்பவர்

உன்னை
முட்டையில் திணிப்பது யாராம்

எப்போதுமே
முட்டையைத் தின்று செழித்தவர்

ஆனந்த் – தேவதச்சன்

## என் பிறப்புறுப்பு

என் பிறப்புறுப்பு
புறங்களில் வீசி
அடித்தவண்ணம் இருக்கிறது
வாழ்வின் மணிச்சுவரில்
தொட்டு ஒலி ஒடுகிறது

பயிர்போலன்றி
வரப்புக்கு வெளியேயும்
வாழும் கொக்குகள்
தோன்றின

ஓடும் சமுத்திரம்
எங்கெங்கோ மோதி
காணாமல் போனது அலை
நீர் பள்ளத்தில்
தொலையாதிருக்கிறது.

## சுதந்திர யாத்திரை

என்
சைக்கிள்
சாலையோரம்
ஊர்ந்து சென்று
ஸ்டாண்டில் சென்றமர்ந்தது

நான்
ரேஷன் கடை க்யூவில்
ஒரு புத்தகத்தைப் புரட்டியவாறு
நின்றேன்

வெயில் கொடுமையை
மேலே தட்டியும், நீர்த்தொட்டியும்
தணிவு செய்தன

க்யூ மெல்ல நகர்ந்தது

என் யாத்திரையும்

ஆனந்த் – தேவதச்சன்

# இன்னும் ஒரு மணி நேரமிருக்கிறது

இன்னும் ஒரு மணி
நேரமிருக்கிறது வேலைக்கு
இடையில் இந்தக் கவிதையை
எழுதிக் கொண்டிருக்கிறேன்
எந்தக் கவிதையை
எந்தக் கவிதை என்றெனக்குத்
தெரியும் போல் தெரிகிறது

தண்ணீர் குடித்துவந்து
திறந்துவைத்த பேனா
வெளியில் காத்திருக்க
திரும்பி இப்போ எடுத்தாகிவிட்டது

எனக்குத் தோன்றுகிறது
பூ மாதிரி ஒரு மனம் ஒரு
தீர்க்கம் இரண்டும்
குலையும் மனிதவாழ்வை
ஒட்டவைக்கும் போலும்
ஒட்டவைக்கும் மருந்தை
ஒட்டவைக்கும் சூத்திரம்

யாருக்கும் அடைபடாமல்தான்
அலைகிறோம் அல்லவா
யாராயிருந்தாலும் "உள்ளே வரலாம்"
என்று பேசியதும்
அவன் தோன்ற
"கொஞ்சம் பொறு"
என்று அவனுக்குச் சொன்னேனா
கவிதைக்கா
இல்லை எனக்கு, கொஞ்சமும்
தேவையில்லாமல்

ெ

வாழ்வு
சாவெனத் தன்
வேசம் மாற்றிக் கொள்ளுமுன் உன்
சீட்டைக் காலி பண்ணு
நீ பாத்திரம் அது
பார்வையாளனெனத் தலை கீழாய்
நாடகம் மாறப் போகிறது

ஜ

மேகம் தெரியாத
மீனின் கோஷத்தை
ஓரத்தில் வை
இரண்டும் தெரிந்த
பறவையின் பாட்டை
ஏற்றிப்பார்

ய

விதையாய்த் தொடர
வேறுவழி உண்டோ
மரமாய்ப் பெருகிப்
பழமாய்க் கனியாமல்

ம்

என்றும்
சோற்றால் பசியை
ஜெயிக்கணும் என்றால்
பசியால் சோற்றை
ஜெயிக்கணும் தான்

## காலில் இடறியது

காலில் இடறியது
பூட்டென்று கண்டேன்
பூமி என்றும்

பூட்டைத் தூக்கிப்
புதரில் எறிந்தேன்
பூமியையும்
கீழே கிடக்கும் பூட்டுக்கு சாவி எதற்கு

சாவி தேடிக்கொண்டிருக்கும்
சதிகாரக் கூட்டம்
யுகயுகமாய் அழுது கரையும்
மனிதகுலத்தை
விரும்பி அழைத்தேன்

பாதை விட்டுப் பக்கத்தில் போனால்
பசேல் என்றிருந்தாலும்
முள்தான்
முற்போக்கல்ல

## ஜன்னலெங்கே

ஜன்னலெங்கே
ஜன்னலெங்கே
சிபி பார்த்துக்
காத்திருந்த
மாடம் எங்கே

கண்ணாடிக் காவல் காரா
கருணை வையேன்
கழுகின் மூச்சு
சிறகைச் சுடுதே
எங்கே போச்சு
மக்கிப் போச்சா
சிபியின் தராசு
மண்ணுள் போச்சா
சிபியின் ஜன்னல்
அலகின் ரத்தம்
அர்ப்பணித்தேனே
காவல்காரா
உன்னை நிறுத்தியவர்
எதனைக் காக்க
என்னை வெறுத்தார்
கழுகின் மூச்சு
காலில் தெரியுதே

ஆனந்த் – தேவதச்சன்

## பூச்சி ரசிகன்

நடு மதியத்தை ரசிப்பதாய்
நிற்கிறான் பச்சைப் புற்களை
தண்டவாளத்தை
தூரத்து விமானத்தை

அழைக்க வந்தவனிடம்
திறமை காட்டுகிறேன் 'அவரிருப்பார்'
என்றபடி 'ஐந்து நிமிடந்தானே' என்றபடி
சாப்பிடக் கூப்பிடுபவன் ஐயோ கத்துகிறானே

பூச்சி
ரசிகனுக்கு வேலை வரும் வரை
இருக்கட்டும் அறையில் தங்க ஆட்சேபம் இல்லை
சோறு போடென்று நின்றால்

இந்தா
என்னைத் தின்னென்று வெடிக்கிறதென்
உடலம் கடனுள்ளிருந்து

பூச்சியைத்
தேடும் குருவி
கொத்திக் கிழிக்கிறது நிமிடத்தை

அவன்
பச்சைப் புல்லும் என்
திறனற்ற நாவும்
சுழன்றெரிகிறது ரத்தத்தில்

## மரவுரி என்றும்

மரவுரி என்றும்
டெரிகாட் என்றும்
எத்தனை ஆடை
எத்தனை நிறம்
என்றாலும்
ஒவ்வொரு நாளும்
தோலோடை தவிர
வேறாடை
உடுத்த முடியா நேரம்
வருகிறதா இல்லையா
உண்மையின்
ஒரு பக்க உறுப்பு இதுவென்றால்
குளிருக்கும் வெயிலுக்கும்
உடுப்பணிவது
இன்னொரு உறுப்பென்று
எனக்குப் படுகிறது
ஒரு முழ தூரத்தில்
ஒருவர்க்கொருவர் தொடாமல் நின்று
எதிரியாய்த் தோன்றும்
விரல் நுனியும் முழங்கையும்
ஒரே உள்ளெலும்பின்
இரு உறுப்புத்தானே
முன்னால் கிடக்கும் வாழ்க்கையும்
பின்னால் போய்க் கொண்டிருக்கிறது
நான் முழம் போடப் போட

ஆனந்த் – தேவதச்சன்

**கதவு**

ஆயிரம் ஆண்டுகள் வயதுடைய விலங்குகள்
பறவைகள் தம்
கதவுகளற்ற இருப்பிடம் புகுந்தன

வரப்பற்ற வெளியில்
பூமி பகிர்ந்து கொண்டிருக்கிறது தன்
வர்ண கோளத்தை

வீடுகளென்பதின் நிழலில், வீதியில்
ஒரு வேலையற்று நின்றவன்
மனிதனுக்குக் கிடைத்த கதவைத் தட்டினேன்

சுவர்கள் வெளி இருவர்க்கும்
சமரசம் கண்ட கதவு என்னை வா
என்று தோழமை சொன்னது

நான் அந்நியமாகவில்லை அம்மா
எனக்குக் காபி தராவிடினும்

## பகலிலிருந்து

பகலிலிருந்து
உதிர்ந்தவனுக்கு
பகலெல்லாம் துவக்கம்
பகல்தொறும் துவங்கும் என் கணம்
ஒரு வெளிறிய சந்தேகம்
இடையறாது மிதந்து தொங்கும்
பய மேகம்
இடையறாது சிரித்தோடும் ஓடைப்புனலில்
பகலுக்கொரு
பார்வைச் சன்னல்
திறந்து கிடக்கிறது.

ஆனந்த் – தேவதச்சன்

## உன் நிலையத்தில்

உன் நிலையத்தில்
ரயில் வந்தால்தான்
உனக்குத் தெரியும்

வருமுன்னும்
போன பின்னும் கண்ணுக்குத்
தெரிவதில்லை எனினும்
கருத்துக்குத் தெரியாது போகுமா

தன் நிலையத்துக்கு வந்து போனதை
வண்ணாத்திப் பூச்சியிடம் கேள்
வைரஸிடமும் கேட்டுப் பார்

ஆனந்த் (1980களில்)

# ஆனந்த்*

1970களில் எழுதத் தொடங்கிய கவிஞர்களில் ஒருவர் ஆனந்த்.

மிகைத்து விடாத காதல் ஏக்கம் ஒரொரு சமயம் செயல்பாட்டை எதிர் நோக்கிய வெறுமை ஆகிய உணர்வுகள் ஆனந்த்-இன் கவிதைகளில் இழைகின்றன. ஆனால் தத்துவக் கண்ணோட்டமும் அதைக் கேட்க வைக்கும் தொனியும் இவர் கவிதைகளில் முக்கியமான இடத்தைப் பெறுகின்றன. காலம் என்ற பொருளைப் பற்றிய சிந்தனையே இவர் கவிதைகளின் தத்துவப் பண்புக்குப் பின்னே இயங்குகிறது.

இந்தத் தொகுப்பில் இடம் பெற்றிருக்கும் 'யுத்தக் காட்சி', 'ஜன்னல் சட்டமிட்ட வானம்', 'எனக்கு விதிக்கப்பட்டிருந்த நாள்' ஆகியவை ஆனந்த்-இன் கவிதைக்கு நல்ல எடுத்துக் காட்டுகள்.

இயல்பாகவும் வசீகரமாகவும் இவர் கவிதை வரிகள் அமைந்திருப்பவை. 'வனங்களெங்கும் திரிந்தாயிற்று. இந்த வரை படம் உபயோகமில்லை', 'உனக்கும் எனக்கும் இடையில் கணக்கில்தான் வேறுபாடு' போன்ற வரிகளில் இவற்றைக் காணலாம்.

ஆனந்த்-இன் கவிதைகள் லௌகிக உலகை விரோத பாவம் காட்டாமல் புறக்கணித்து விட்டவை. காலம், பறவை, அம்பு, நீரோட்டம், காற்று போன்ற கூட்டுப் படிமச் சித்திரம் அவரது விடுபடலைக் காட்டுகின்றன.

---

* முதல் பதிப்பில் வெளியான குறிப்பு

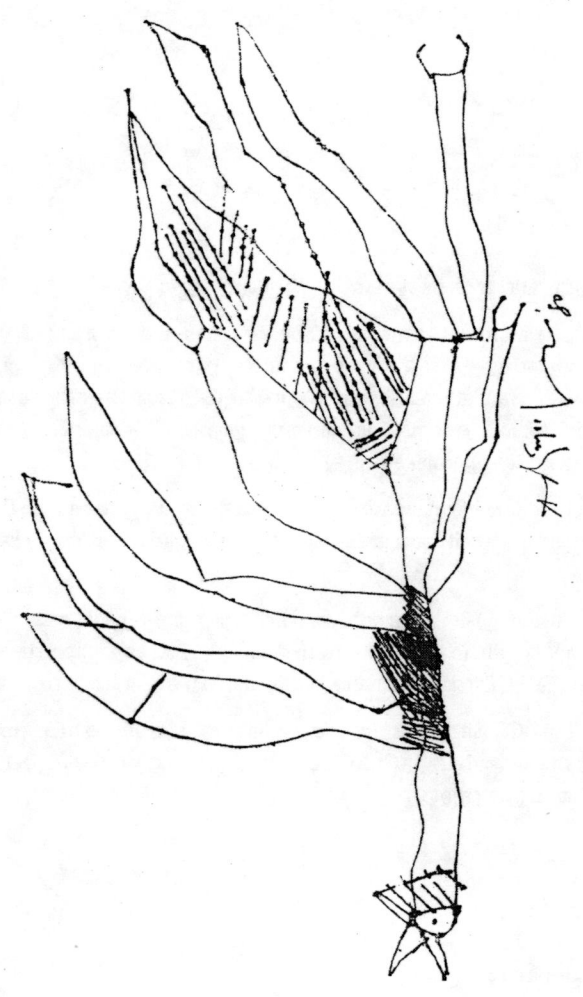

## இது என்றுமுள்ள யுத்தத்தின்

இது என்றுமுள்ள யுத்தத்தின் இன்றைய காட்சி.

இன்றைய யுத்தத்தில் தம் கட்சியினர், பகைவர் என
 இரு பிரிவுகள் இல்லை.
ஒவ்வொரு வீரனுக்கும் மற்ற அனைவரும் பகைவராக
 உள்ளனர்.

வீரர்கள் அனைவரும் உடல், முகம் முழுவதும் மூடிய
 கவசங்கள் அணிந்திருக்கிறபடியால் யாருடைய
 முகமும் தெரியவில்லை.
பளபளக்கும் உலோக முகக் கவசத்தின் திறந்தே
 இருக்கும் கண்களுக்குள் வீரர்களின் கண்கள்
 மூடிய வண்ணமே இருக்கின்றன.
கண்கள் மூடியுள்ளமையால் இரவு, பகல் என
 இன்றி எப்போதும் யுத்தம் நடக்கிறது.

அனைவரும் அஹிம்ஸாவாதிகளாகையால் வீரர்கள்
 அனைவரின் வாள்களும் உறைக்குள்ளேயே
 துருப்பிடித்துக் கிடக்கின்றன.
அனைவரும் வாளை எடுக்காமல் கேடயம் கொண்டே
 யுத்தம் புரிகின்றனர்.

பல வீரர்கள் யுத்தத்தில் மடிய, புதிதாக வீரர்கள்
 யுத்தத்தில் சேர்ந்த வண்ணம் இருக்கின்றனர்.
புதிதாகச் சேரும் வீரர்களுக்குத் தங்கள் இடையில்
 தொங்கும் வாளின் உபயோகம் தெரியவில்லை.
கேடயத்தால் தாக்கினாலும் வலிக்கத்தான் செய்கிறது.

ஆனால் யாரும் வாளை எடுத்துப் போர் புரிய மாட்டார்கள்.
ஏனெனில் இது தர்ம யுத்தம். அனைவரும்
அஹிம்ஸா வாதிகள்.

## அவ்வப்போது என் மலர்க்கண்கள்

அவ்வப்போது
என் மலர்க்கண்கள்
மண்ணில் உதிர்கையில்
உன்னை நான்
காண முடிவதில்லை.
மறு மலர்கள்
மலரும் வரைக்கும்
உன்னைக்காண
வரம் ஒன்று
தா.

## நான் முதல் அம்பு

நான் முதல் அம்பு
பன்னெடுங்காலமாய்
இந்த மலையுச்சியில்
கிடக்கிறேன்
யார் மீதும் விரோதமற்ற
ஒருவன் வந்து
தன் வில் கொண்டு
என்னை
வெளியில் செலுத்துவானென.

ஆனந்த் – தேவதச்சன்

## சொட்டு சொட்டென்று

சொட்டு சொட்டென்று
சொட்டி
என் குடம் எப்போது நிறைவது?

மண்ணில் விதைகள்
மழை பார்த்து நிற்கின்றன.

தாகத்தில் உடல்
தன் உதிரத்தையே குடிக்கிறது

தோல் வெடித்த பூமியின்
ஒரு வெடிப்பினுள்ளிருந்து
அந்த மலர் மலரும் போது
காலையாகி இருக்கும்.


## இருந்த இடத்தில்

இருந்த இடத்தில்
இருந்தபடியே
நீ இரு

நான் வருவேன்
உன் கால்களை வருடிச் செல்லும்
நீரெல்லாம் கழிந்த பின்னே.

## மரமாய் இருப்பதைவிட

மரமாய் இருப்பதைவிட
மலராய் இருப்பேன்
வெயிலில்
மழையில்
சுழன்றடிக்கும் காற்றில்
உதிர்ந்து விடலாம்
வேர்களால்
தொடர்ந்து நிலத்தைப் பற்றிக்
கொண்டிருக்க வேண்டியதில்லை.


## அலை நீரிலா

அலை
நீரிலா
காற்றிலா
மனத்திலா
கரை அடைந்தால் தெரியும்
கரை அடைந்தால்
காணாமல் போகும்
அலை

## வனங்களெங்கும் திரிந்தாயிற்று

நான்: வனங்களெங்கும் திரிந்தாயிற்று
இந்த வரைபடம் உபயோகமில்லை
எந்த இடத்தில்
எந்த மரத்தில்
அந்த மலர் மலருமென்று
எந்த விதத்திலும் தெரியவில்லை

அசரீரி: அதோ
அங்கே தெரியும் அந்த மரத்தின்
கிளையில் தொங்கும் பழத்தின் விதையில்
இருந்து விரியப் போகும் மரத்தின்
கிளையில் ஒருநாள் அம்மலர் மலரும்.
இன்று
இந்த ஓடையில் கைகுவித்து
அள்ளி, ஒரு வாய் நீரருந்திவிட்டுப்
போ

## இல்லாத கோடு

இல்லாத கோடு எரிந்து செல்லும்.
கருகிய பகுதியில்
கடவுளர் மானுடருடன் பேசி
மகிழ்ந்த நாட்கள்
என்று பாட்டி சொல்வாள்.
நெருப்பு என்னை விட்டுத்
தாண்டிச் செல்லும்.
பின்
கரிகளுடன் நானும்
கடவுளாவேன்.

ஆனந்த் – தேவதச்சன்

## அதோ அந்தச் சிறுபறவை

அதோ
அந்தச் சிறுபறவை
அழைத்து வரும் மேகம்
தண்ணென என்னை நிறைக்கையில்
நான்
இல்லாது போவேன்.
என் சட்டையை நீ எடுத்துக் கொள்ளலாம்
நீ என் செருப்பை எடுத்துக் கொள்.
என் சுவாச கோளங்களை
மேகம் நிறைக்கையில்
கணிதங்கள் அற்றுப் போகும்
அதன்பின்
என்னைப்பற்றி
ஏதேனும்
அறியவேண்டுமாயின்
அந்தச் சிறு பறவையை
அழைத்துக்
கேள்.

## என் ஞாபகங்கள்

என் ஞாபகங்கள் எல்லாம்
எங்கோ
எப்போதோ
இருந்ததாக இருக்கிறது

வெறும்
ஒளிக்கீற்றுகளின் நதியில்தான்
என் நினைவுகள்
மிதந்து வருகின்றன
அவ்வப்போது.

நதி
இடங்களாலானது.


## உலகை நிரப்பி

உலகை நிரப்பி
வழிந்து
வா
மரங்களில் மலர்களாய் மலர
மலையிலிருந்து அருவியாய் உதிர.

## பறந்து செல்லும் பறவையை

பறந்து செல்லும் பறவையை
நிறுத்திக் கேட்டான்:
பறப்பதெப்படி?

அமர்ந்திருக்கையில் சொல்லத்
தெரியாது கூடப்
பறந்து வா சொல்கிறேன் என்றது

கூடப் பறந்து கேட்டான்;
எப்படி?

சிரித்து
உன்போலத்தான் என்றது

அட ஆமாம்
எனக் கீழே கிடந்தான்
பறவை
மேலே பறந்து சென்றது

## நாளை வருமென

நாளை வருமெனச் சொல்கிறார்
வெறும் இன்றுகள்தான் வருகின்றன
இடையறாது
எங்கிருந்து வருகுதிந்த இன்றுகள்?

காணாதது
கண்டு
கண்டதாகிறது

நாளை நேற்றெனச் சொல்கிறார்
இன்றிலென்றும் இல்லை இவையிரண்டும்
இன்றுகள் மட்டும் வருகின்றன
இடையறாது.

ஆனந்த் – தேவதச்சன்

## உனக்கும் எனக்கும் இடையில்

உனக்கும் எனக்கும் இடையில்
கணக்கில்தான் வேறுபாடு

உன் பல நூறு வருடங்கள்
என் சிறுபொழுதில் விரைந்தோடும்

என் வானில் ஒரு பறவையின்
ஒரு சிறகடிப்பில்
உனக்கு முதுமை வந்து சேரும்

உன் காலடித் தடங்களைக் கணக்கிட்டு
நீ சொல்வாய்
காலம் பறந்தோடி விட்டதென்று

நான்
பறவையின் அடுத்த சிறகு வீச்சில்
கவனம் கொள்வேன்.

## பகலில் பிறந்தது

பகலில்
பிறந்தது ஒரு குழந்தை.

ஒளியாய் மலர்ந்தது உலகம்.
ஜீவப்புனல்
தடையின்றிப் பாய்ந்து பரவியது.
உலகை நிறைத்தது.
குழந்தை சிரித்தது
தன்னைத் தனியே உணராமல்.

மெதுவே நகர்ந்து வந்தது
இருளின் எல்லை.
தாண்டிச் சென்று
கவிந்தது இருள்.
தன்னையும் இழந்து திணறியது
பகலின் நினைவு.

இரவு முழுவதும் தன்னைத்
தேடி அலைந்தது குழந்தை.
உலகில் காலை வந்தது.
ஒளிப்பரப்பு
உலகில் குழந்தைக்குத்
தன்னைக் காட்டியது.
பரவசம் பொங்கியது மனத்தில்.

வரும் இரவின் பயம்
மனத்தின் எல்லையில் வளர்ந்தது.
மனத்தை இறுக்கி
இரவில் கரைந்தது.

ஆனந்த் – தேவதச்சன்

பகலின் நம்பிக்கை
இருளில் பிறந்தது ஆசையாய்.
உலகின் படங்கள்
உள்ளே இருளில் மிதந்தன.
ஒரு பொய்ப்பகல் உருவாகியது.

வரப்போகும் பகலுக்கு ஒரு வாக்காய்
தோற்றங்கள் நிலை பெற்றன.
மனம் வளர்ந்தது.

மௌன மலராய் மலர்ந்த பகலை
பொய்ப்பகலின் தோற்றங்கள்
அடையாளம் காட்டின.
நிலைத்த தோற்றங்களின் எதிரில்
நகர்ந்தது பகல்.
இருளின் நினைவு
சாபமென விரைந்து வந்தது.
கடந்து செல்லும் பகலில்
தன்னை நிலைத்துக் கொள்வது
எங்ஙனம்?
சிந்தனைச் சுவர்களுக்கு வெளியில்
பகல் காணாமல் கடந்தது.

வரும் இரவின் தொடக்கம் நெருங்க
பீதியில் வெடித்தது ஓர் எண்ணம்.
பின்னால் துரத்தும் இருளிலிருந்து
ஓடும் ஒளியைத் தொடர்ந்து ஓட்டம்
என்றும் ஒளியுடன் இருந்து ஓட.

தாண்டிச் சென்று சூழ்ந்தது இருட்டு.
பகலிலும் விலகாத இருள்
உள்ளே புகுந்தது.
பார்வை போயிற்று.

இருளின் எல்லையைத் தேடி
அலைந்தது குழந்தை.

இருள் வெளியில்
மனப் பொய்யுலகம்
தன்னை மாற்றி மாற்றிக் காட்டிற்று.
சில பல உலகங்கள்
தோன்றி
இருந்து
கதைகளாய் மறைந்தன.
கதைகளின் அனுபவம் துயரமாயிற்று.
துயரம் காலமாயிற்று.

மனத்தை நிரப்பித் தேங்கிற்று துயரம்.
தனிமை கவிந்தது.
சூன்யத்தில் திமிறித் திணறிப்பின்
தனிமையின் உண்மை புரிந்தது.

தனியொரு உலகில் தனியொரு உயிராய்க்
கழிந்தது காலமற்ற ஒரு கணம்.

துயரம் தன் வெம்மையில்
தீப்பற்றி எரிந்தது.
சலனங்கள் அடங்கி
சாவின் மௌனம் விரிந்தது.

பகல் வந்தது
வெளியே உலகில்
பறவைகள் பாடிப் பறந்தன.
வானில் எழுந்தது ஒளிமலர்ச் சூரியன்.
சூரியப் பார்வையில்
இருள் மையம் கரைந்தது.

உலகம் சுழன்றது.
மறுபக்க இருள் தெரிந்தது
இரவிலும் பகற்பாதி புரிந்தது.
பகல் இரவெனப் பாதிகள் சேர்ந்ததன்
முழுமை புரிந்தது.

பார்வை வெடித்துப்
பறவையாய் ஆயிற்று.
தூக்கத்தில்
நக்ஷத்திரக் கனவு காணும்
வானம் விழித்துக் கொண்டது.
நிலைத்த ஒளியில்
உலகம் சுழன்றது.
காலம் நின்றது.

## எனக்கு விதிக்கப்பட்டிருந்த நாள்

எனக்கு விதிக்கப்பட்டிருந்த நாள்
அன்றுதான் என்றெனக்குத் தெரியாது
ஏனோ காலையில்
கையில் ஒன்றும் எடுத்துச் செல்லவில்லை
வெறுங்காலுடன்
கடற்கரை மணலில் மெல்ல நடக்க
சிறுகாற்றில் மனம் முழுதும் காலியாச்சு
கருமேகம் கவிந்திறங்கி
கருத்ததொரு உருவமாச்சு
அதன் பார்வையில் தெறித்ததொரு
மின்னல் வீச்சு
உனக்காகத் தான் வந்தேனென
இடி முழங்கிற்று

காலியான மனத்தில்
காரணங்கள் தோன்றவில்லை
யார் நீங்கள் எனக்கேட்டேன்

உனக்கு விதிக்கப்பட்டிருந்த காலம்
முடிவடைந்து
கொண்டு போக வந்தேன்

அப்படியா

அச்சம் உனக்கில்லையோ
உனது
அனைத்தும் கொண்டுபோக வந்திருக்கும்
காலனின் தூதன் நான்

ஆனந்த் – தேவதச்சன்

அனைத்தும் என்றால் எவை
அனைத்தும்

உன் மனத்தில்
நீயாய் நிறைந்திருக்கும் உன்
ஆசைகள் கோபங்கள்
ஆனந்த நினைவுகள்
சுகானுபவ சாரங்கள், உன்
காலத்தில் நீ சேர்த்த கனவுகள்
இவையெல்லாம்

ஐயா, நீர் முழுதும் ஏமாறுவதில்
வருத்தம் கூட எனக்கில்லை
காலையின் கணமொன்றில்
கரைந்து போச்சு அத்தனையும்
எதைக் கொடுப்பேன் என்றறியேன்
ஏதுமிருந்தால் எடுத்துக்கொள்ளும்

உடலாவது உனதானால்
உரிமையுடன் கொண்டு செல்வேன்
உனதனைத்தும் எடுத்து வர
உத்தரவு எனக்கு

உடலெனதா தெரியவில்லை
உலகம் அறியுமுன்னே
உடல் பிறந்து இருந்தாச்சு
பெற்றோரது என்று சொன்னார்
பரமனது என்றும் சொன்னார்
எனதேயென நீர் நினைத்தால்
எடுத்துச் செல்லும்

இன்றுவரை நானும்
பல உயிர் கொண்டு சென்றேன்
இத்தனை நாள் அனுபவத்தில்
இதுவரை கண்டதில்லை
இது என்ன புதுச்சிக்கல்
காத்திரு

காத்திருந்தேன் கடலருகில்
காலன் வந்தான்
கனிவான முகத்தில்
ஒளி மலர்ந்திருக்க
ஊரார் சொன்னதுபோல்
கடுமை சிறிதுமில்லை
கண்வழி நெருப்பில்லை. வாய்க்கடையில்
கொம்புகள் ஏதுமில்லை.

தூதனிடம் என்ன சொன்னாய்
கலங்கி வந்தான் காரணமேன்

எனதுடைமை வேண்டுமென்றான்
எனதுடைமை என்றிருந்தால்
எடுத்துச் செல் என்று சொன்னேன்
காத்திரு என்று சொல்லிக்
காணாமல் போனான்

கண்வழி புகுந்தான் காலன்
கணத்திலே கண்டான்
காலியான மனம் முழுதும்

என்னவாச்சு மனவினைகள்

காற்றொன்று உட்புகுந்து
காலியாச்சு அத்தனையும்

ஆனந்த் – தேவதச்சன்

காலனென் செயல் தன்னை
காற்று முடித்ததுவோ
உனதென்று நீ நினைக்கும்
ஏதாவது சொல்

நினைப்பேது நெஞ்சினுள்ளே
நீரும்தான் பார்த்தீரே

எடுத்துன்னைச் சென்றாலும்
விட்டுத்தான் போனாலும்
ஒன்றே. எது விருப்பம்

இதுவும் ஒரு தூண்டுதலோ
என் விருப்பம் என்று இனி
எதுவுண்டு நானறியேன்
முடிவு நான் செய்ய
ஒரு முறையுமில்லை இனி

கண்முன்னே காலன்
கரைந்து போனான்.
மனத்தினுள் கேட்டது
அவன் குரல்
நீயே நான்
நானே நீ

ஆனந்த் – தேவதச்சன்

## சற்றைக்கு முன்

சற்றைக்கு முன்
ஜன்னல் சட்டமிட்ட வானில்
பறந்து கொண்டிருந்த
பறவை
எங்கே?
அது
சற்றைக்கு முன்
பறந்து கொண்
டிருக்கிறது